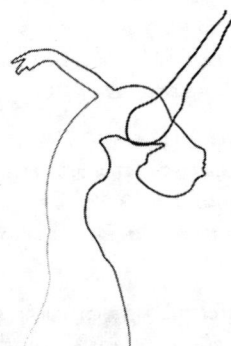

D1680414

அரூப நர்த்தனம்

கோ.வசந்தகுமாரன்

நூலாசிரியர் குறிப்பு:

கோ.வசந்தகுமாரன் தஞ்சை மாவட்டம் ஒரத்தநாடு அருகேயுள்ள மண்டலக்கோட்டை கிராமத்தில் பிறந்தவர். வேதியியலில் பட்டம் பெற்றவர். கடந்த 30 ஆண்டுகளாகத் தமிழ்க் கவிதைப் பரப்பில் இயங்கி வருபவர். 200க்கும் மேற்பட்ட கவியரங்குகளில் பங்கு பெற்றவர்.

பாலைவனத்துப் பூக்கள் (1986), சொந்த தேசத்து அகதிகள் (1987), மனிதன் என்பது புனை பெயர் (1994), மழையை நனைத்தவள் (2005), சதுர பிரபஞ்சம் (2017) முறிந்த வானவில் (2020) ஆகிய கவிதைத் தொகுதிகளை வெளியிட்டவர்.

மனிதவள மேம்பாட்டுத்துறையின் உதயபாரதி தேசிய விருது ஒரிசா மாநிலம் புவனேஸ்வரத்தில் இவருக்கு வழங்கப்பட்டது. இவரது 'மனிதன் என்பது புனை பெயர்' கவிதை நூலுக்குத் தமிழ்நாடு முற்போக்கு எழுத்தாளர் சங்க விருதும், திருப்பூர்த் தமிழ்ச் சங்க விருதும் வழங்கப்பட்டன. 'மனிதன் என்பது புனை பெயர்' கவிதை நூல் தாம்பரம் கிறித்தவக் கல்லூரியிலும் மதுரை காமராசர் பல்கலைக்கழகத்திலும் தமிழ் மாணவர்களுக்கு பாடத் திட்டமாக வைக்கப்பட்டது.

மூத்த தமிழ்க் கவிஞர்களிடம் இவர் கண்ட நேர்காணல்கள் குமுதம் வார இதழில் தொடர்ச்சியாக வெளியிடப்பட்டு மிகுந்த வரவேற்பைப் பெற்றன.

இவரது கவிதைகள் ஆங்கிலத்தில் மொழிபெயர்க்கப் பட்டு சாகித்ய அகாதெமியின் 'Indian Literature' இதழில் வெளியிடப்பட்டு சிறப்பிக்கப்பட்டன. இவரது சதுர பிரபஞ்சம் கவிதை நூலில் உள்ள கவிதைகள் பேராசிரியர் ப.மருதநாயகம் அவர்களால் ஆங்கிலத்தில் மொழிபெயர்க்கப்பட்டு Tamil Poetry since Bharati என்னும் இலக்கிய வரலாற்று நூலில் இடம்பெற்றிருக்கின்றன. திருவனந்தபுரத்தில் நிகழ்த்தப்பட்ட சாகித்ய அகாதெமியின் 'புதிய குரல்கள் (New Voices)' கவியரங்கத்தில் ஞானபீட விருது பெற்ற மலையாளப் பெருங்கவி ஓ.என்.வி. குரூப் அவர்களின் பாராட்டைப் பெற்றவர். நாகாலாந்து பல்கலைக் கழகமும், சாகித்ய அகாதெமியும் இணைந்து கோஹிமா மலை நகரில் நடத்திய கவியரங்கத்தில் கலந்துகொண்டு பிரபல மலையாள எழுத்தாளர் பால் சக்கரியாவின் பாராட்டைப் பெற்றவர். பஞ்சாப் மாநில அரசாங்கத்தின் அழைப்பை ஏற்று 8.11.19 அன்று நிகழ்த்தப்பட்ட குருநானக் தேவ் 550வது பிறந்தநாள் 'கவிதர்பார்' நிகழ்வில் பங்கேற்று கவிதைகள் வாசித்தவர். உங்கள் கைகளில் தவழும் 'அரூப நர்த்தனம்' என்னும் இக்கவிதை நூல் இவரது ஏழாவது படைப்பாகும்.

அரூப நர்த்தனம்

கோ.வசந்தகுமாரன்
vasanthakumarg.8@gmail.com
99622 08899

◆

முதல் பதிப்பு : ஜனவரி - 2023

◆

தொடர்புக்கு
AP. 1147. தென்றல் காலனி
4வது தெரு
அண்ணா நகர் மேற்கு
சென்னை 600 040.

◆

வெளியீடு : **தமிழ் அலை**
3. சொக்கலிங்கம் காலனி
தேனாம்பேட்டை
சென்னை - 600 086
பேசி : 77085 97419
மின்னஞ்சல் : tamilalai@gmail.com

◆

நிழற்படம் : காஞ்சி வழிப்போக்கன்

◆

நூலழகு : கலைவெளி
பேசி : 94868 38801

◆

பக்கம் : 160   விலை : ரூ. 100/-

◆

ISBN : 978-93-93087-21-8

பொசுக்கென்று
கண்ணீரை வரவழைத்துவிடுகிற
என் அம்மாவின்
சாம்பல் நிற நினைவுகளுக்கு
சமர்ப்பணம்.

மலரினும் மெல்லிது குறுங்கவிதை. சிலர் அதன் செவ்வி தலைப்படுவார். அந்த ஒரு சிலரில் கோ. வசந்தகுமாரனின் இடம் மிக முக்கியமானது. கடந்த 30 ஆண்டுக் காலமாகக் கவிதைப் பிரதேசத்தில் சஞ்சரித்து வரும் இலக்கிய அனுபவத்தாலும், கவியரங்கங்கள் பல கண்டு கைதட்டு வாங்கிய அனுபவத்தாலும் எதை எப்படிச் சொல்லவேண்டும் எனும் நுட்பம் தெரிந்தவர்.

இந்திரன்

கோ.வசந்தகுமாரன் ஆக்கத்தில் நீர் நிலம் நெருப்பு காற்று வானம் ஐம்பூதங்களும் இடம்பெற்றுள்ளன. பெண்மையும் நளினமும் நாணமும் கோலம் கொண்டுள்ளன. வாழ்வின் பல்வேறு அமசங்கள் உலகின் வெவ்வேறு தன்மைகள் எல்லாம் மானுடத்தை முன்னிருத்திக் கோட்டோவியங்களாகியுள்ளன.

விக்கிரமாதித்யன்

வசந்தகுமாரன்
எப்போதுமே உங்கள் கவிதைகள்
இனியவைதானே!

வண்ணதாசன்

சின்னச் சின்னக் கவிதைகளால் பேசுகிற அழகிய ஆற்றலைக் கைவரப்பெற்ற தூண்டிலன் என் இனிய இளவல் கோ.வசந்தகுமாரன்.

அறிவுமதி

எத்தகைய தட்ப வெப்பத்திலும் கவிதையின் அடிவேர் காயாத ஈரம் வசந்தகுமாரன். ஒரு சொல்லில் ஒளி, ஒரு சொல்லில் தீ, சட்டென்று ஒரு சொல்லில் நம்மை நிலைகுலைக்கும் வாமன வரிகள் அவருடையவை.

பழநிபாரதி

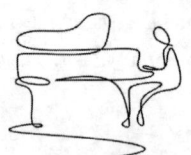

மானசீக நன்றி
....
இக் கவிதைகளைக்
குமுதம் வார இதழில் வெளியிட்டு
என் நெஞ்சில் நிலைப்பேறுகொண்ட
பிரியா கல்யாணராமனுக்கு.

கோடையில் மழை பார்த்தல்

பழங்களை ஊறவைத்துச் சாராயம் காய்ச்சுவதைப் போலத்தான் கவிதை எழுதுவதும். எனவேதான் 'கவிதை வடிப்பது' என்கிறோம்.

நான் குறுங்கவிதைகளின் காதலன். ஒட்டியாணத்தைவிடவும் அழகானதில்லையா சின்னஞ்சிறு மூக்குத்தி? அதில் ஒரு துளி வைரம் பொருத்திவிட்டால் சொல்லவா வேண்டும்?

என்னைக் கடந்துபோகும் பட்டாம்பூச்சிகளையும் தும்பிகளையும் மின்மினிப்பூச்சிகளையும் பார்வை தொடும் தூரம்வரை இரசித்துவிட்டு அடுத்தடுத்த காட்சிகளை இரசிக்கக் கிளம்பிவிடும் மனோபாவம் கொண்டவன் நான்.

தரையில் விழுந்த மீனைப்போல் துடிக்கவேண்டும் சொற்கள். நான்கு வரிகளில் உச்சம் தொடவேண்டும். இல்லையெனில் சராசரித் துணுக்குகளின் தரத்துக்குத் தாழ்ந்துவிடும் குறுங்கவிதை. நல்ல குறுங்கவிதை குறிஞ்சிப்பூ மாதிரி எப்போதாவதுதான் பூக்கும்.

ஸ்கலிதம் வெளியேறும் கணத்தில் கவிதைக்கூத்து நிகழ்ந்து முடிந்துவிடவேண்டுமென்கிற பேராசை எனக்கு உண்டு. குறுங்கவிதையால் மட்டுமே இது சாத்தியம்.

குறுங்கவிதை என்பது கோடையில் மழை பார்த்தல். தீ தீண்டல். மொழிச் சிமிட்டல். சொடுக்கியழைக்கும் சொல்லாடல். விருட்டென நம்மைக் கடந்துபோகும் தேன்சிட்டின் சிறகிசை. காதலியின் உதட்டுக்குமேல் நிறமற்ற மீசையாய் அரும்பும் வியர்வையை முத்தத்தால் துடைத்துப் பெறும் நுனிநாக்கு ருசி.

நறுக்கென்று சொல்லும் நுட்பம் வள்ளுவனுக்கு வாய்த்த வரம். இத்தினியூண்டு செய்கிற மாயத்தை நிகழ்த்திக்காட்டுதல் தனித்திறன். இந்த சூட்சுமம் பிடிபடுவதற்கு கண்கள் நிறையக் கனவுகள் வேண்டும். உள்ளம் நிறைய ஒளிப்பொறிகள் சிறகு விரிக்கவேண்டும்.

நீள்கவிதை மொழியை நீர்த்துப்போகச் செய்துவிடும். அவசர யுக வாசகனையும் களைப்படையச் செய்துவிடும். எனவேதான் வரிச் சுமையின் அழுத்தம் தாங்கமுடியாமல் நீள் கவிதைகளின் மறுகரைக்குத் தப்பியோடுகிறவனாகவே நான் இருக்கிறேன்.

குளத்தில் எறியப்பட்ட கூழாங்கல் செய்யும் அலைவட்டங்கள் எப்பொழுது அடங்கும்? யாருடைய சுவடுகளைத் தேடி ஓயாமல் கரைக்கு வந்துவிட்டுப் போகின்றன அலைகள்? சதா துடித்துக்கொண்டிருக்கும் நட்சத்திரங்கள் என்ன சொல்லவருகின்றன? இந்தக் கவிதைக் கூட்டத்தில் தொலைந்துபோகிறவர்களுக்கு ஒருவேளை இந்தக் கேள்விகளுக்கு விடை கிடைக்கலாம். கிடைக்காமலும் போகலாம். கிடைத்தால் எனக்கும் சொல்லுங்கள்.

பேரன்புடன்

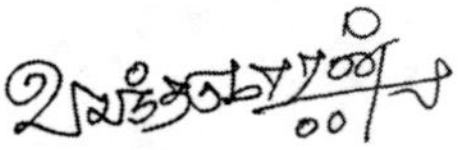

அரூப நர்த்தனம்

கோ.வசந்தகுமாரன்

எனக்கு
நல்ல பெயரும் உண்டு
கெட்ட பெயரும் உண்டு.
நல்ல பெயர்
என் திறமையால் வந்தது.
கெட்ட பெயர்
பிறர் திறமையால் வந்தது.
O

முக்கிய கவிஞர்கள்
பட்டியலில் என்னைச்
சேர்க்காதீர்.
நான் முக்காத கவிஞன்.
O

புகைப்படக் கலைஞனிடம்
காட்டுவதற்கென்றே
பிரத்யேக முகம் ஒன்றை
வைத்திருக்கிறார்கள்
மனிதர்கள்.
o

தூண்டிலின்
இரு முனைகளிலும்
இரை.

எதற்காக வாழ்கிறோம்
என்பது தெரிந்துவிட்டால்
எதற்காகச் சாகிறோம் என்பதும்
தெரிந்துவிடும்.
O

கடவுளாகப் பிறந்தேன்.
பாவம் செய்து
பாவம் செய்து
மனிதனாகிவிட்டேன்.
O

உதிர்ந்து கிடக்கும் இறகை
மிதித்துவிடாதீர்கள்.
ஒரு காலத்தில் அது
உயரத்தில் இருந்தது.
o

இரண்டு நட்சத்திரங்களுக்கு
இடையேயுள்ள தூரத்தை
எளிதில் கடந்துவிடுகிறது
மின்மினிப்பூச்சி.
O

வேருக்கும்
பூவுக்குமிடையே
ஓடுகிறது
ஓர் நதி.
O

பள்ளத்தாக்குகள்தாம்
சிகரங்களை
அழகாக்குகின்றன.
O

என் மீது எறியப்படும்
கற்களைத்தான்
சிற்பங்கள் செதுக்கப்
பயன்படுத்துகிறேன்.
○

மூன்றாம் பாலினத்தின்
முறையீடு:
என்னைப் புதைக்குமிடத்தில்
மரம் நடுங்கள்.
அதன் கிளைகளிலாவது
பூப்படைகிறேன்.
O

பூட்டியபிறகு
இழுத்துப்பார்த்தேன்.
கையோடு வந்துவிட்டது
கதவு.
O

தொலைவது நல்லது
தொலையுமிடத்தில்
ஒரு நதிக்கரையிருந்தால்
இன்னும் நல்லது.
O

பறிக்காதே என்று
முற்களாலும்
முத்தமிடு என்று
இதழ்களாலும்
இரண்டு கட்டளைகளை
இடுகிறது ரோஜா.
O

புத்தனை நான்
வணங்குவதில்லை.
ஆசைகள் துறந்தவன்
வரங்களையா
வைத்திருக்கப்போகிறான்
வழங்க?
O

நதி வரைந்தேன்
எங்கிருந்தோ
வந்து சேர்ந்தன
மீன்கள்.
O

மனை வாங்கினேன்.
எனது தேவைக்கு
அதில் ஒரு
ஜன்னல் மட்டும்
கட்டிக்கொண்டேன்.
O

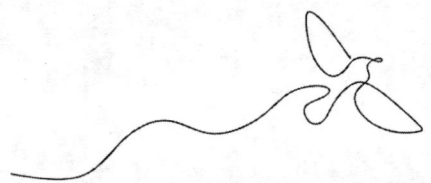

கால் இடறிய கல்லெறிந்து
காட்டுப் புதர் கலைத்தேன்
அலறிப் பறந்ததொரு
அந்திப் பறவை
வலித்திருக்குமோ?
❍

வேர்களுக்கு
நன்றி சொல்ல
பூமிக்குத் திரும்புகிறது
சருகு.
O

அவள் குளித்துக்
கரையேறியபோது
இரண்டு கெளுத்தி மீன்களை
இழந்திருந்தது நதி.
O

களிம்பு தடவாதீர்
நான்
காயங்களால்
சுவாசிக்கிறவன்.
O

வெளிச்சம்
தேவைப்படுகிறபோது
விளக்குகளை
அணைத்துவிடுவேன்.
O

தோற்றே போகும்
பொய் சொல்லத்
தெரியாதவன்
காதல்.
O

வரிசையில் நின்று
தரிசனம் தந்தேன்
கடவுளுக்கு.
o

வானத்தைத்
திருடிக்கொள்ளலாமென்று
பார்த்தால்
நட்சத்திரங்கள்
விழித்திருக்கின்றன.
O

யாரும்
தயாரிப்பதில்லை.
தன்னைத்தானே
தயாரித்துக்கொள்கிறது
ஒரு நல்ல தேநீர்.
o

தேநீரைக்
கோப்பைதான்
முதலில் பருகுகிறது.
பிறகுதான்
நமக்குத் தருகிறது.
O

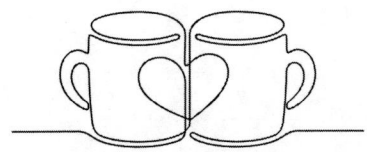

தேநீர்க் கோப்பையில்
வரையப்பட்ட சித்திரங்களும்
ருசி பார்த்துவிடுகின்றன
தேநீரை.
O

தேவதையாகிவிடுகிறான்
தேநீர் தயாரிக்கும் ஆண்.

O

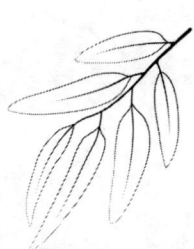

தேயிலை பறிப்பவள்
களைத்துப்போய்
காத்திருக்கிறாள்
தேநீர் விற்பவன்
வருகைக்காக.
O

தேநீர்
திரவ வடிவிலான
காதல் கடிதம்.
O

அருந்தாமல்
திரும்பிவிட்டேன்
யாருடைய தேநீரோ
ஊற்றப்பட்டிருந்தது
எனது கோப்பையில்.
O

தேநீர் பருகுதல்
பழக்கமல்ல
பிரார்த்தனை.
O

முதல் துளியைத்தான்
நாம் அருந்துகிறோம்.
பிறகு வருகிற
எல்லாத் துளிகளும்
நம்மை
அருந்தத் தொடங்கிவிடுகின்றன.
O

தீரும்வரை
பருகு.
கடைசி மிடறில்
கடவுள் இருக்கிறான்.
❍

உடல் தொடுவது
காமம்.
உயிர் தொடுவது
காதல்.
O

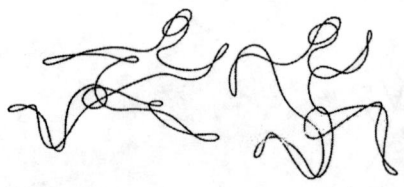

வெற்றிக் கோட்டை
அவன் தொடுவதற்குமுன்
தொட்டுவிட்டது
அவன் நிழல்.
O

அலைகளிடம் கற்றுக்கொண்டேன்
பின்னால் வருகிறவனுக்கு
வழிவிட.
O

அலைகள் பேசுவதைப்
பரிந்துகொள்ள
வேண்டுமெனில்
மணலாக நீ
மாறவேண்டும்.
O

தனக்குச்
சிறகு முளைக்கவில்லையே
என்கிற ஆதங்கத்தைப்
பறவைகளைக்
கூண்டிலடைத்துத்
தீர்த்துக்கொள்கிறான்
மனிதன்.
O

வாழ்வதற்காகச்
சாவதைத்தான்
காதல் என்கிறோம்.
O

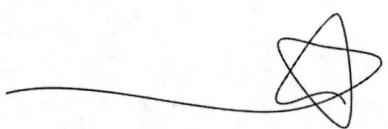

பார்க்க முடிந்ததே
பாக்கியம்.
பறிக்கத் துடிப்பதேன்
நட்சத்திரங்களை?
O

அவனைத் தெரியும்
இவனைத் தெரியும்.
எல்லாம் சரிதான்.
உன்னைத் தெரியுமா
உனக்கு?
O

புற்றுகளும் உண்டு
போதிமரத்தடியில்.
O

உயரத்திலிருந்து
விழுந்தாலும்
உடைவதில்லை
இறகுகள்.

எல்லோரைப் போலவும்
இருந்துபார்த்துவிட்டேன்.
என்னைப்போல்தான்
இருக்க முடியவில்லை.
o

இருந்ததைத்தான்
இல்லையென்று
சொல்லமுடியும்.
இருந்தால்தான்
இல்லாமலிருக்கவும்
முடியும்.
O

உன்னை வெல்வதற்கு
ஒரேயொரு வழிதான் உள்ளது.
அது
உன்னிடம் நான் தோற்பது.
O

என் நிழலை மிதிக்காதீர்கள்.
அதன் வலியை என்னால்
பொறுத்துக்கொள்ள முடியாது.
O

வான் அதிகாரம்
எழுதிக்கொண்டிருந்தேன்.
எழுத்தின்மீது
இறகை உதிர்த்துப்
பாராட்டியது பறவை.
O

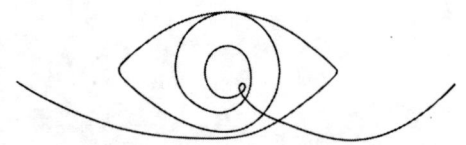

உன் கண்ணீரையும்
நேசிக்கவேண்டியிருக்கிறது
உன் கண்களை
நேசிப்பதால்.
O

காமம் விரும்பா இரவுகளில்
படுக்கையறைக்கு
என் அம்மாவின் சேலையை
அணிந்துவருகிறாள்.
O

நிழல்களை எனக்கு
நிரம்பப் பிடிக்கும்.
எனவேதான்
ஒளியை நேசிக்கிறேன்.
O

பைத்தியங்கள்
கடவுளுக்கு
உளவு சொல்பவர்கள்.
அவர்களைப்
புறக்கணிக்காதீர்கள்.
O

ஒரு பெண்ணை
வெறுக்கவேண்டுமெனில்
முதலில் அவளை
நேசிக்கவேண்டும்.
O

யாரும் தொடத் துணியாத
பேரழகியைத்
தொட்டுவிட்டது
ஒரு பிச்சைக்காரனின்
நிழல்.
O

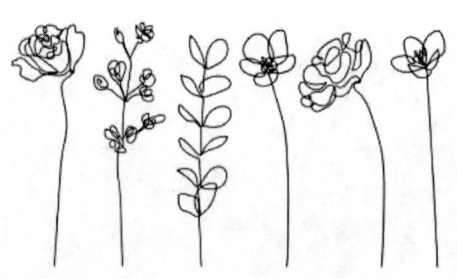

கைகளில்
மலர்கள் வைத்திருப்பதுண்டு.
கைகளையே
மலர்களாக வைத்திருப்பவர்கள்
குழந்தைகள்.
o

கண் விழிப்பதற்குள்
பழசாகிவிடுகிறது
சூரியன்.

யாசகம் கேட்கும்
கழைக்கூத்தாடியின்
சாகசமாகவே
உன்னால்
புரிந்துகொள்ளப்படுகிறது
நிபந்தனைகளற்ற
என் காதல்.
○

நானும் கலந்துகொள்வேன்
என் இறுதி ஊர்வலத்தில்
அழத்தான் முடியாது
என்னால்.
O

எல்லா வேடங்களும்
பொருந்துகின்றன
நமக்கு
மனித வேடம் தவிர.
O

உதிர்ந்த பூவை
மிதிக்க நேர்கையில்
மனதில் தைக்கிறது
முள்.
O

தலையணையில்
ஆகாயத்தை அடைத்துவைத்தேன்.
தூங்கவிடாமல் குத்துகின்றன
நட்சத்திரங்கள்.

❍

போதிமரத்தில்
தூக்கிட்டுக்கொள்ளத்
துணிந்தவன்
கிளை முறிந்து
புத்தன் மடியில்
விழுந்தான்.
O

நாம் முத்தமிட்டுக்
கொள்ளும்போது
நூறு பட்டாம்பூச்சிகளாகச்
சிதறிவிடுகிறோம்.
நட்சத்திரங்களிலிருந்து
கிடைக்கிறது
நாம் அருந்துவதற்கான
தேன்.
O

தழுவிக்கொண்டேயிருக்கிறேன்
நழுவிக்
கொண்டேயிருக்கிறது
காலம்.
o

நான் அடைய நினைக்கும் சிகரமே
வளர்ந்துகொண்டேயிரு.
முடிந்துவிடக்கூடாது
என் பயணம்.
O

யாரையும் நான்
தூக்கியெறிவதில்லை.
அவர்களாகவே
உதிர்ந்துவிடுகிறார்கள்.
o

நீ எனக்குக் கொடுத்த
முத்தங்களையெல்லாம்
நட்சத்திரங்களாக மாற்றிவிடுகிறேன்.
நிறைந்துவிடுகிறது
வானம்.
O

மழை என்று எழுதினேன்
மாமழை பெய்தது.
பயமாக இருக்கிறது
நெருப்பென்று எழுத.
O

ஒவ்வொரு காகிதத்திலும்
கேட்கிறது
கூடிழந்த பறவைகளின்
கூக்குரல்.
O

இப்பொழுதே வேண்டும்
என்கிறாள்.
இது பகலாயிற்றே என்கிறேன்.
பூவிழிகள் மூடிக்கொண்டால்
இரவு கிடைத்துவிடுமே என்கிறாள்.
அக்கம் பக்கம்
கேட்குமே என்கிறேன்.
கவிதைதானே
கேட்டுவிட்டுப்போகட்டுமே
என்கிறாள்.
O

இன்று புதிதாய்ச்சொல்ல
ஏதுமில்லை என்பதே
இன்று புதிதாய்
நான் சொல்ல விரும்பும்
செய்தி.
O

உன்னை அணைத்தபடி
உறங்கும்போதும்
உன்னைத்தான்
கனவு காண்கிறேன்.
O

உன்
வாசலிலிருந்துதான்
தொடங்குகிறது
பட்டாம்பூச்சிகளின்
பாதை.
O

அவள்
கொல்லைப்புறக் கதவைத்
திறந்துவைத்திருக்கிறாள்.
அனுபவமில்லாதவன்
தலைவாசல் கதவைத்
தட்டிக்கொண்டிருக்கிறான்.
O

மரணத்திற்காகக்
காத்திருக்கும் வேளையில்
பொழுதுபோக்குவதற்காக
வாழ்ந்துகொண்டிருக்கிறோம்.
O

கதவை மூடாதே
என்கிறேன்.
மூடினால்தானே
திறக்கமுடியும்
என்கிறாள்.
O

விழியிழந்தோர்
தழுவிக்கொள்ளும்பொழுது
தானாக அணைகிறது
விளக்கு.
O

எனக்குப் பிடித்த மாதிரி
இருக்கமுடிவதில்லை என்னால்
எல்லோருக்கும் பிடித்த மாதிரி
நான் இருப்பதால்.
O

இல்லையென்று
சொல்வதை
நிறுத்திக்கொண்டேன்
கடவுள் ஒருவேளை
இருந்து தொலைத்துவிட்டால்
என்ன செய்வது?
O

சந்திக்கும் அன்றே
பிரிவதற்கும்
நாள்
குறிக்கப்பட்டுவிடுகிறது.
O

கல்லில்
பூக்களைச் செதுக்கிவிட்டேன்.
வாசத்தைச் செதுக்கும்
வழியறியாது திகைத்தேன்.
O

உன் மௌனத்தைக்
கொஞ்சம் கண்டித்து வை.
குறை சொல்லிக்கொண்டேயிருக்கிறது
என்னை.
O

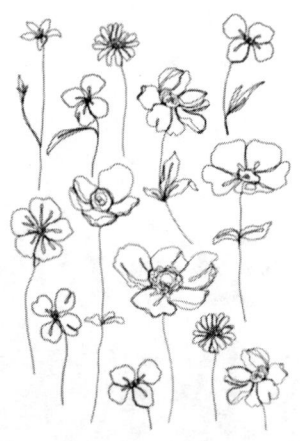

பெண்களுக்குப்
பிறந்தநாள் என்றால்
கொஞ்சம்
கூடுதலாகத்தான்
பூக்கின்றன கொடிகள்.

*எழுதிய கவிதையிலிருந்து
வெளியேறிவிடுகிறான் கவிஞன்.
உள்ளே நுழைகிறான் வாசகன்.*
O

எங்கிருந்தாலும்
வந்துவிடுகின்றன
எறும்புகள்
பறவையின் சாவுக்கு.
O

என்மீதே
சாய்ந்துகொள்கின்றன
எனக்குக் கிடைத்த
நாற்காலிகள்.
O

என் உயிரை வாங்காதே என்று
உன்னைக் கோபித்துக்கொள்ள
முடியாது என்னால்.
நீ வாங்கவேண்டும்
என்பதற்காகத்தானே
இந்த உயிரையே
வைத்திருக்கிறேன்.
O

*பிணத்தின்மீது
போர்த்தப்பட்ட பூக்களிலும்
தேனெடுக்கின்றன
வண்டுகள்.*
O

ஒரே நேரத்தில்
இரண்டு பாவங்கள் செய்கிறான்
மனிதன்
மரத்தையும் மரத்தின் நிழலையும்
வெட்டிச் சாய்த்து.
O

*பட்டாம்பூச்சியைத்
துரத்தும் நேரத்தில்
இரண்டு பூச்செடிகளை
நடவு செய்
தானே வந்துசேரும்
பட்டாம்பூச்சி.*
o

நான் நேசிக்கும்
கடைசி தேவதை நீ.
உனக்குப் பிறகு
காதலுமில்லை
காமமுமில்லை
கடவுளுமில்லை
எனக்கு.
O

இறந்தவர்கள்தான்
இரங்கல் தெரிவிக்கவேண்டும்
வாழ்கிறவர்களுக்கு.
o

வண்ணத்துப்பூச்சிகளைப் பற்றி
நிறைய எழுதுவதற்கு
என்ன காரணம் என்று
கேட்கிறீர்கள்.
அதற்கு
வண்ணத்துப்பூச்சிகள்தாம்
காரணம்.
O

என் கவிதைகளில்
இருந்துவிட்டுப் போ
என்றேன்.
என் கவிதையாகவே
இருந்துவிட்டாள்.
O

சிறகுகள் முறிக்கப்பட்டு
மரணத்தின் திசையில்
துடித்துக்கொண்டிருந்த
ஒரு வண்ணத்துப்பூச்சியின்மீது
சவத்துணியாகப் போர்த்தினேன்
கையாலாகாத என் கவிதையை.
O

நீ பேசும் வார்த்தைகள்
கவிதைகளாகிவிடுகின்றன.
நீ பேசாத வார்த்தைகளை
நான் கவிதைகளாக்கிவிடுகிறேன்.
O

குழந்தைகளை
உப்பு மூட்டை சுமந்தேன்.
தண்டுவடத்தில்
தாமரைகள் பூத்தன.
O

கடவுள் சிலநேரம்
ராட்சசிகளை
அழகாகப் படைத்துவிடுகிறான்
தேவதைகள்
பொறாமைப்படும் அளவுக்கு.
o

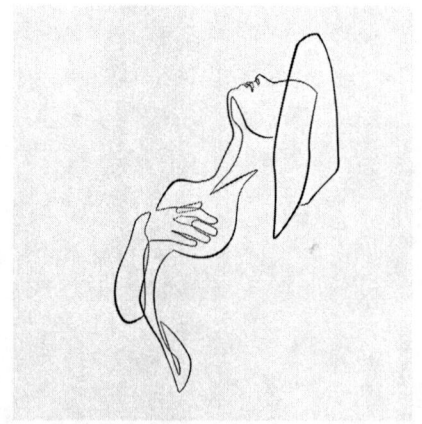

நிர்வாணம்
அலுத்துவிட்டது
தோலுரித்துக்
காட்டு.
O

அழகாயிருக்கிறாய் என்று
பொய் சொன்னேன்
அழகாகிவிட்டாள்.
O

நதியின்
மேலாடை
புனல்.
உள்ளாடை
மணல்.
O

சோளக்காட்டு பொம்மையைக்
காவலுக்கு வைத்தேன்.
சோளக்காட்டு பொம்மைக்கொரு
காவல் வைக்க மறந்தேன்.
O

காதல் என்பது
மூடநம்பிக்கை.
காமம் என்பது
மூடா நம்பிக்கை.
O

இருந்துவிட்டுப் போ
என்கிறாள்.
இருந்துவிட்டால்
போகமுடியுமா என்ன?
O

அலைகளை
உடுத்தியிருக்கிறாள்.
கடல் உள்வாங்கும்
தருணத்திற்காகக்
காத்திருக்கிறேன்.
O

ஓரடி நிலம் போதும்
நிற்கவைத்துப் புதைக்க.
ஆக்கிரமிப்பிலிருந்து
காப்பாற்று
ஐந்தடி நிலத்தை.
O

வழுக்கி விழுந்த இடத்தில்
புதையல் கிடைத்தது.
வழுக்கி விழுவதே பிறகு
வழக்கமாகிவிட்டது.
O

புழுவை
வண்ணத்துப்பூச்சியாக்குகிற
காலம்தான்
மனிதனைப் புழுவாகவும்
ஆக்குகிறது.
O

காத்திருக்கும் சுகம்
போதவில்லை.
தாமதமாகவே
வா.
O

மாலை வாங்கிவர
மறந்துவிட்டேன்.
மன்னித்துவிடு பிணமே.
O

கானல் நீரில்
தூண்டில் போட்டேன்.
சிக்கியது மீனின் நிழல்.
O

உள்ளங்கை மீறியும்
துருத்திக்கொண்டிருந்தது
அகாலத்தில் இறந்தவனின்
ஆயுள் ரேகை.
O

இதயம் எப்படி இருக்கிறதோ
அப்படியே இருக்கவிடுவதில்லை நீ.
அதை மேகத்தைப்போல்
உருத்திரிபடையச் செய்கிறாய்.
O

மரத்தை வெட்டிக்
காகிதம் செய்து
அதில்
காடுகளைக்
காப்பாற்றுவோம் என்று
கவிதை எழுதுகிறான்
மனிதன்.
o

கடவுள் சுயசரிதை
எழுதமாட்டான்.
எழுதினால்
அதை வாசித்தவன்
கடவுளை
வணங்கமாட்டான்.
O

சிகரம் தொட்டால் என்ன
திரும்பத்தான் வேண்டும்
சமவெளிக்கு.
O

வெற்றிடத்தில்
ஒன்றுமேயில்லை
என்று சொல்லாதே.
வெற்றிடமிருக்கிறதே.
O

ஆழங்கள் கடந்தேன்
மலையின் உச்சி
வந்துவிட்டது.
O

கடல் சேர்ந்தபிறகும்
நிற்பதில்லை
நதியின் ஓட்டம்.
O

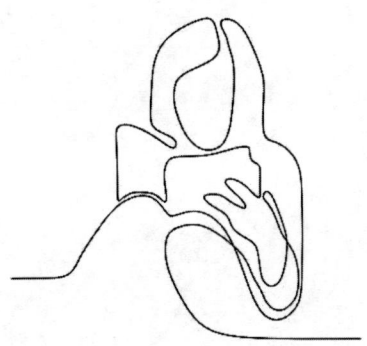

திறந்த புத்தகமாக இருந்தேன்.
என் கடைசிப் பக்கத்தை
கிழித்துக்கொண்டு போய்விட்டாள்.
O

துடிக்க மறந்தால்
துருப்பிடித்துப்போய்விடுவோமென்று
நட்சத்திரங்களுக்குத் தெரிந்திருக்கிறது.
O

மனிதன் இரசிக்கிறான்
என்று தெரிந்தால்
வண்ணத்துப்பூச்சிகளின்
பறத்தலில்
இயல்பிருக்காது.
O

விண்மீன்களோடு
விரால் மீன்கள்
விளையாடுகின்றன
குளத்து நீரில் மிதக்கும்
ஆகாயத்தில்.
O

ஒவ்வொரு மனிதனிடமும்
ஒரு கருப்புப் பெட்டி உண்டு.
றெக்கைகள் முறிந்து
காலக் கடலில்
அவன் விழுகிறபோது
யாரும் அதைத்
தேடுவதேயில்லை.
○

சிற்பிகள் பிழைக்கவே
சிலையாகச்
சம்மதிக்கிறான்
கடவுள்.
O

உடைந்த கடிகாரத்தின்
முள் முனையில்
உறைந்திருக்கிறது
அகாலம்.
o

அவனவன்
சாகவேண்டியிருக்கிறது
இறைவனடி சேர.
O

ஈரமாகத்தான்
இருக்கவேண்டுமென்பதில்லை
உலர்ந்த கனியாகவும்கூட
இருக்கலாம்
முத்தம்.
O

மின்மினிகள் பூத்துக்குலுங்கும்
கிராமம்.
நட்சத்திரங்கள் கசியும்
நகரம்.
இரண்டுக்குமிடையே
நீளும் நெடுஞ்சாலைகளில்
வழுக்கியோடுகிறது
வாழ்க்கை.
O

முத்த மயக்கத்திலாழ்த்தி
நம்மை பலிபீடத்திற்கு
அழைத்துச் செல்வதையே
வழக்கமாக வைத்திருக்கிறார்கள்
தேவதைகள்.
O

பூக்களின்
உயரம் வரைதான்
வண்ணத்துப்பூச்சிகளின்
ஆகாயம்.
O

காதலிக்கு
ஒரு ரோஜாவைக்கொடு
அவளிடம்
நீ சொல்லத் தயங்கும்
வார்த்தைகளை
வெட்கமின்றிப்
பேசிவிடும்
அதன் இதழ்கள்.
O

ஆதி மனிதன்
முகம் பார்த்த
கண்ணாடி
தண்ணீர்.
O

விற்பனையாகாமல்
பரணில் தூங்கிக்கொண்டிருந்த
என் கவிதைப்புத்தகங்களை
ஒரு நொடிக்குள்
விற்றுத் தீர்த்துவிட்டாள்
என் மனைவி.
எடைக்கு எடை
பாத்திரங்கள்.
O

மனைவியைக்
காலத்திடம்
பறிகொடுத்தவன்
எதிர்ப்படும்
பெண்களிடமெல்லாம்
தன் மனைவியின்
சாயலைத் தேடுகிறான்.
O

இறந்தனின் உயரம்
தேவையில்லை
நீள அகலம்
தெரிந்தால்போதும்
சவப்பெட்டி
செய்கிறவனுக்கு.
O

இல்லாமல் போவதிலும்
இருக்கத்தான் செய்கிறது
ஏதோ ஒன்று.
O

*கதவுகள் மீதும்
கண் இருக்கட்டும்
தாழ்ப்பாள்களை நம்பி
பிரயோஜனமில்லை.*
o

பூக்களை யாரும்
திருடிவிடக்கூடாதே என்பது
வேலிகளின் கவலை.
வேலிகளே தன்னை
மேய்ந்துவிடக்கூடாது என்பது
பூக்களின் கவலை.
O

என் காயங்களை எண்ணச்
செலவிடும் நேரத்தில்
நட்சத்திரங்களை
எண்ணிவிடலாம்.
O

இத்தினியூண்டு
நக்கக் கிடைத்த
ஊறுகாய்
இந்த வாழ்க்கை.
O

எல்லோரும் என்னை
ஏமாற்றுகிறார்கள்
என் பங்குக்கு
நானும்கூட என்னை
ஏமாற்றிக்கொள்கிறேன்.
O

திறந்தேயிருக்கட்டும்
சன்னல்
வானத்தை
மூடிவைக்காதே.
O

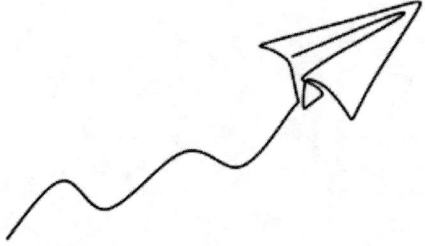

பயணம் தொடர்கிறேன்
தாகத்திற்கு என் கண்ணீரை
நானே குடித்துக்கொண்டு
பயத்திற்கு என் கைகளை
நானே பற்றிக்கொண்டு
பசிக்கு என் புலன்களை
நானே ருசித்துக்கொண்டு
காமத்திற்கு என் குறியை
நானே புணர்ந்துகொண்டு
இடுகாட்டுக்கு என் உடலை
நானே சுமந்துகொண்டு.
o